The Emperor and the Nightingale

Vị Hoàng Đế Và Con Chim Họa Mi

English / Vietnamese

The Emperor and the Nightingale

Vị Hoàng Đế Và Con Chim Họa Mi

English/Vietnamese

Retold by Kuang-ts'ai Hao; Illustrated by Shih-ming Chang
Vietnamese translation by Nguyễn Ngọc Ngạn
Copyright © 1994 by Grimm Press
This bilingual edition is co-published & distributed exclusively
by
Pan Asian Publications (USA) Inc.
29564 Union City Blvd., Union City, California 94587 USA
Tel: (510) 475-1185 Fax: (510) 475-1489

ISBN 1-57227-020-9

Printed in Hong Kong

The Emperor and the Nightingale

Vị Hoàng Đế Và Con Chim Họa Mi

English / Vietnamese

Retold by Kuang-ts'ai Hao; Illustrated by Shih-ming Chang
Vietnamese translation by Nguyễn Ngọc Ngạn

Grimm Press

Once, there was an Emperor who ruled the largest Kingdom on earth. Although he had everything, he was unhappy, for he wanted to be immortal and enjoy his life forever. He ordered his people to build a tall tower where he could pray, and he hoped the Gods would hear him and grant him his wish.

Ngày xưa, có vị hoàng đế cai trị một vương quốc lớn nhất trần gian. Mặc dù đã có tất cả mọi thứ trong tay, nhưng ông vẫn chưa hài lòng, bởi ông muốn được trường sinh bất tử để mãi mãi tận hưởng cuộc đời. Ông ra lệnh cho thần dân phải xây một cái tháp thật cao, để ông lên đó cầu nguyện, hy vọng thần thánh sẽ nghe tiếng ông và ban cho ông điều mơ ước.

The people worked hard day and night. At last, after three years, the tower was built. The Emperor held a banquet at the tower and ordered the best food and wines, and offered glittering jewels to the Gods.

Everyone in the Kingdom came to pray, sing, eat and drink. The banquet went on for seven loud, cheerful days.

Dân chúng phải làm việc vất vả suốt ba năm, ngọn tháp mới hoàn tất. Nhà vua truyền mở tiệc, bày ra toàn những món ăn ngon, rượu quí, cùng với ngọc ngà châu báu để làm lễ tế Trời.

Toàn dân trong nước đều kéo đến, cầu nguyện, ca hát và ăn uống no say. Bữa tiệc linh đình ấy kéo dài liên tục suốt bảy ngày.

On the seventh day, the God of Heaven heard the
noises and grew curious. He flew down to the tower to
see what was going on. Oh! It was a fine banquet!
The God of Heaven decided to take a seat at the table.

Đúng vào ngày thứ bảy, Ngọc Hoàng Thượng Đế
nghe tiếng ồn ào, mới tò mò ngự xuống ngọn tháp để
xem chuyện gì dưới đó. Thì hóa ra là một buổi tiệc
trọng thể! Ngọc Hoàng quyết định ngồi lại dự tiệc.

"The Emperors on Earth enjoy much more than the Gods in Heaven. Yet they are always seeking for more," sighed the God of Heaven to himself. "Still, I should have a taste of this feast before I leave." He made sure nobody was around before he began to drink. He drank till he was drunk, and when he got up, he dropped the magic bag containing all earthly tragedies: sickness, pain, hatred... The Gods were powerless without this bag.

Ngọc Hoàng thở dài tự nhủ: "Vua chúa dưới trần gian, ai cũng say mê lạc thú, không như các bậc đế vương trên thiên đình. Ấy vậy mà cứ còn đòi hỏi thêm! Hôm nay ta đã xuống đây, thì thử ăn bữa tiệc này xem như thế nào!"
Rồi ngài nhìn trước trông sau không thấy ai, ngài bắt đầu uống rượu. Uống mãi đến khi say, đứng dậy ra về thì ngài đánh rớt cái túi gấm đựng phép mầu của ngài, trong đó chứa đủ các thảm họa của nhân loại như bệnh tật, đau đớn, hận thù v.v... Không có túi đó, Ngọc Hoàng kể như hoàn toàn mất hết quyền lực.

Can you guess where the magic bag fell? It fell right in front of the Emperor! He picked up the shining bag and ran up the tower. When he reached the top, the God of Heaven anxiously asked for the bag, but the Emperor would not give it unless he was made immortal. The Heavenly God frowned, "I'm not in charge of death, the God of Death is. However, I can teach you the spell to make you invisible. If the God of Death cannot find you after three tries, you may live forever. But when you are invisible, you must also be silent, otherwise the spell will be broken."

Các em thử đoán xem cái túi nhiệm mầu của Ngọc Hoàng rớt ở đâu? Nó rớt ngay trước mặt ông vua! Vua liền nhặt lấy và chạy lên đỉnh ngọn tháp. Ngọc Hoàng ngỏ ý xin lại, nhưng nhà vua không cho, ra điều kiện là chỉ khi nào Ngọc Hoàng biến ông ta thành trường sinh bất tử thì ông ta mới trả lại cái túi. Ngọc Hoàng ưu tư nói: "Ta không có quyền quyết định về sự sống. Đó là việc của Tử Thần. Tuy nhiên, ta sẽ dạy cho ngươi câu thần chú để khi cần ngươi có thể biến thành vô hình. Nếu Thần Chết bắt hụt ngươi ba lần, thì ngươi có thể bất tử. Hãy nhớ rằng khi đã tàng hình rồi, thì ngươi phải hoàn toàn im lặng. Nếu không, thì phép mầu sẽ vô hiệu."

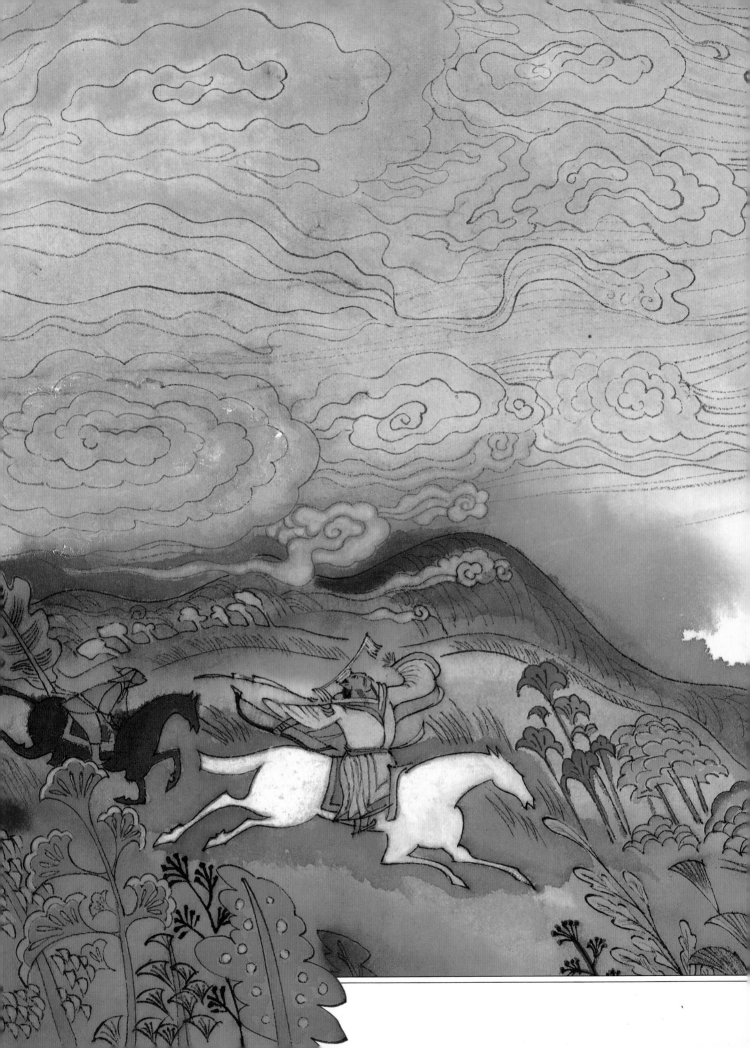

One day, as the Emperor was hunting, he saw
the God of Death riding towards him. The
Emperor quickly chanted "Wada Baba!" and
became invisible. Since Death could not find the
Emperor, he took away his favorite horse, instead.

Một hôm nhà vua đi săn, bỗng thấy Thần Chết
cưỡi ngựa ngay bên cạnh mình. Nhà vua liền đọc
thần chú "Wada Baba!" và quả nhiên biến thành
người vô hình. Thần Chết không thấy vua đâu nữa,
liền bắt đi con ngựa quí của vua.

The Emperor became very sad. He never went hunting again. He sat alone all day, and no one could make him happy except Jade, a pretty girl who could play the English lute beautifully. Her music always comforted the Emperor.

One night, when the Emperor was listening to Jade play, he saw the God of Death smiling at him. He quickly whispered the magic words and became invisible. But the God of Death had to take someone with him. So, alas! He took Jade.

Vua buồn lắm, từ đó không đi săn nữa. Suốt ngày vua cứ ngồi ủ rũ một mình, chẳng ai làm cho vua vui được ngoại trừ nàng Ngọc Bích, cô gái đẹp có tài đánh đàn nguyệt rất hay. Mỗi lần tiếng đàn cô vang lên, vua luôn luôn cảm thấy hài lòng.

Một đêm, khi vua đang lắng nghe tiếng đàn của Ngọc Bích, thì bỗng thấy Thần Chết mỉm cười nhìn mình. Lập tức vua đọc thần chú và biến hình. Thần Chết xuống để bắt người, không bắt được vua, đành bắt đi nàng Ngọc Bích!

The Emperor lost his horse. He lost Jade's music. He soon became ill. He no longer enjoyed food, and he no longer slept well because of terrible nightmares. Every doctor in the Kingdom was brought to the Emperor, but he ordered them all away. "I do not need any doctors. I only need to escape one more time..." he said.

Everyone secretly muttered, "Oh, dear! The Emperor is mad!"

Suddenly, the Emperor heard a nightingale singing very sweetly, and he felt as though he were drifting into an enchanted land...

Vua đã mất con ngựa quí, lại mất thêm nàng cung nữ, từ nay chẳng còn được nghe tiếng đàn nữa. Vua chán tất cả, ăn không ngon, ngủ không yên, đêm nằm chỉ toàn thấy ác mộng. Triều đình cho gọi tất cả thầy thuốc vào cung chữa cho vua, nhưng vua đuổi họ ra hết. Vua nói: "Ta không cần thầy thuốc. Ta chỉ cần biến đi một lần nữa..."

Mọi người đều than thở với nhau là vua bị điên rồi!

Bất chợt, vua nghe thấy tiếng chim họa mi hót thật hay, khiến vua có cảm tưởng mình vừa lạc vào mảnh đất thần tiên...

He soon fell into a peaceful sleep with a blissful smile upon his face. The nightingale's song was so lovely...

But wait! The Emperor woke up and realized that the nightingale was actually the tricky God of Death.

The Emperor quickly said the spell and happily thought, "This is the last time!" He was silent until he saw his son. Oh, no! His young son had also heard the nightingale, and was following its song...

Chẳng bao lâu, vua ngủ thiếp đi, trên khuôn mặt còn nở nụ cười thoải mái. Tiếng chim họa mi thật tuyệt vời...

Nhưng kìa! Vua bỗng thức giấc và khám phá ra rằng con chim họa mi đó chính là Thần Chết ngụy trang.

Vua vội vàng niệm thần chú và vui mừng nghĩ: "Đây là lần cuối!" Vua im lặng cho đến lúc thấy thái tử bước vào bên vua. Nhưng hỡi ơi! Chính thái tử cũng đã nghe thấy tiếng chim họa mi và đang bước lần theo tiếng hót tử thần đó...

The Emperor ran after the little prince, stretching out his hands towards his son. But he could not reach him.
"NO!" The Emperor shouted with all his might.

Vua chạy theo thái tử, cố đưa tay níu con lại. Nhưng vua đuổi mãi mà không tài nào bắt kịp.
Vua cố gắng hét lên thật lớn: "Đừng, con!"

A brilliant light shone from the sky. From the light,
his favorite horse came, and Jade's music floated down...
    The Emperor jumped onto his horse, and gracefully
rode towards the light...

    Một tia nắng rực rỡ từ bầu trời rọi xuống. Trong ánh
nắng đó, vua thấy hiện ra con ngựa quí, rồi tiếng đàn của
nàng Ngọc Bích êm đềm rung lên...
    Vua nhảy lên ngựa và hân hoan phóng về phía tia
sáng...

About the Author and the Illustrator

Hao, Kuang-ts'ai (Author)

Hao Kuang-ts'ai is a rare talent in Chinese children's literature. In addition to editing, writing, and illustrating, he is also skilled in layout and design. With his talented artistry, strong intellect and childlike playfulness, he has produced a series of superb books.

Hao understands children. His stories are fluid and relaxing when read aloud and can be easily recited by children who enjoy the aesthetics of language and sound.

Hao Kuang-ts'ai was born in 1961 in Taipei, Taiwan. He graduated from the Law School at National Chengchi University before becoming an author of children's books. His book Wake Up, Emperor! won a top prize for children's literature and his other works also enjoy high acclaim.

Chang, Shih-ming (Illustrator)

Chang Shih-ming has won more international awards than any other contemporary Chinese children's illustrator. In 1993, he won the award for best illustrator at a United-Nations sponsored exhibition in Bologna, Italy.

Mr. Chang's work exudes the unique characteristics of Chinese art. The clarity of his composition delights children. His particular affinity for using wavy lines to express movement and momentum is a trademark distinction in his impressive illustrations. Rather than distort appearances, his lines bring together the different elements of the drawing, creating just the right balance between tension and harmony. Mr. Chang's work in The Emperor and the Nightingale demonstrates his unique style and expresses his rich poetic sense.

Chang Shih-ming was born in 1939 in Shanghai, where he lives today. His illustrations continue to enjoy worldwide praise.